Dear Brother Lucas

John Benedict N. Banday

Ukiyoto Publishing

All global publishing rights are held by

Ukiyoto Publishing

Published in 2023

Content Copyright © John Benedict N. Banday

ISBN 9789359209166

All rights reserved.
No part of this publication may be reproduced, transmitted, or stored in a retrieval system, in any form by any means, electronic, mechanical, photocopying, recording or otherwise, without the prior permission of the publisher.

The moral rights of the author have been asserted.

This is a work of fiction. Names, characters, businesses, places, events, locales, and incidents are either the products of the author's imagination or used in a fictitious manner. Any resemblance to actual persons, living or dead, or actual events is purely coincidental.

This book is sold subject to the condition that it shall not by way of trade or otherwise, be lent, resold, hired out or otherwise circulated, without the publisher's prior consent, in any form of binding or cover other than that in which it is published.

www.ukiyoto.com

This story is dedicated to all who fell inlove with the wrong person and in the wrong time.

"He heals the brokenhearted and binds up

their wounds"

Psalm 147:3

XYLUS MIGUEL MADRID'S POV
AHEAD

Contents

Prologue	1
Chapter 1	4
Chapter 2	6
Chapter 3	10
Chapter 4	13
Chapter 5	16
Chapter 6	21
Chapter 7	23
Chapter 8	26
Chapter 9	30
Chapter 10	33
Chapter 11	36
Chapter 12	38
Chapter 13	40
Chapter 14	42
Chapter 15	45
Chapter 16	48
Chapter 17	52
Chapter 18	56
Chapter 19	60
Chapter 20	62
Epilogue	65
About the Author	*67*

Prologue

I am Xylus Miguel Madrid, I grew up in a middle family, and I am proud to be a LGBTQIA+ member. Support sila Mama at Papa sa pagiging Gay ko and I'm proud of them also.

Bata pa lamang ako ramdam ko ng may kakaiba sa galaw ko, para akong nakakulong sa katawan ko na tila ba hindi talaga ito ang buo kong pagkatao. I want to escape from this painful reality na oo, bakla na talaga ako, pilit ko mang baguhin pero ito na talaga eh.

Wala na akong magagawa. Naalala ko pa yung kinukwento ni Papa sa'kin palagi, na 7 months palang daw ako sa tiyan ni Mama ay nagpumilit agad akong lumabas.

Pumunta raw sila Mama kina Lola para ipahilot si Mama kasi sobrang sakit ng tiyan niya, without knowing na gusto ko na talagang lumabas.

Habang hinihilot ni Lola ang tiyan ni Mama, bigla niyang narealize na lalabas na talaga ako, doon si Lola na ang nagpalabas sa'kin. After 5 minutes nang makalabas ako sa tiyan ni Mama ay bigla nalang daw akong namutla, hindi na raw ako makahinga, as in patay na.

Dali-dali nila akong sinakay sa jeep, pero sa 'di inaasahang pagkakataon eh nasira yung jeep, hindi ko alam kung ayaw ba talaga akong buhayin ni Lord ng mga oras na 'yun eh, parang nagdadalawang isip pa, huhu.

Hindi nawalan ng pag-asa si Papa ng mga panahong iyon, instead he push the jeep until sa umandar ito. Doon ko masasabing they love me, not just verbally but also in their actions.

By the way, I am an Active youth sa Parish namin sa St. John Mary Vianney Parish, and one of my greatest achievement ko yun sa life ko, I am one of the youth choir sa church namin, hindi man kagandahan ang boses but at least nagseserve ako sa Diyos at yun ang importante sa lahat.

Super happy ako kapag nagseserve kasi feeling ko everytime na nasa church ako palagi akong blessed at palaging pinagpapala ng Diyos, pero hindi maiiwasang maissue na kesyo palaging nasa simbahan kasi may poging sacristan.

Minsan kapag nakakagawa ka ng mali pagsasabihan ka ng **"Naturing ka pa namang Youth sa simbahan pero ganyan naman ang ugali mo, ganyan ba ang tinuturo sainyo?"**

Hindi naman kasi porket server o youth eh perpekto na, just like what they said 'Nobody's perfect' at dapat itatak natin sa isip ang bagay na 'yon. Minsan makagawa ka lang ng mali sasabihin na nilang lumabas na raw ang tunay na kulay natin, pero huwag nalang natnng intindihin, sadyang may mga tao talagang makikitid ang utak pagdating diyan.

—

Chapter 1

It was Monday back then ng may inattedan kaming Funeral Mass sa church and as usual, kami ang choir para sa schedule na 'yon.

Super nadala pa nga ako ng mga nagiiyakan sa simbahan. Sabi nila, may mga dahilan daw kung bakit may umaalis at may dumarating depende nalang saatin kung paano natin ihahandle.

Isa sa pinakamasakit na sabihin ay ang 'goodbye' and proven and tested ko 'yon, ramdam ko ang sakit ng may umaalis na tao o kahit sinuman.

Masakit mag-move on pero yun yung much better nating gawin.

After ng Misa, nagusap-usap kaming mga choir para sa lulutuin to welcome the visitor na pinaguusapan nila. Usap lang sila nang usap the whole time hanggang sa napagdesisyunang magluto ng pansit. Wala naman kasi akong karapatan to disagree kasi I'm just 18 and they're already 20+ years old, 18 lang ako 'no, tsaka they're ahead naman talaga sa'kin, so i need to respect their decision hanggang tama pa naman at hindi pa nakakalagpas sa boundaries namin.

Nagulat nalang ako nang makitang Seminarians pala ang mga visitors na minemeetingan namin kanina. Lima silang Seminarians na na-assign dito sa parish namin, sina Brother Lucas, Brother Miguel, Brother Fidel, Brother Eric at Brother Simon.

First time naming nagharap-harap sa mesa ay nagtawanan agad kami. Nakita ko yung isang seminarian that really caught my attention, hindi ko alam kung bakit pero he looks so much familiar to me, literal na familiar, hindi ko maintindihan pero parang nakita ko na siya kung saan man, nakita ko na ba siya sa past lives ko? Napansin ko ring nasa isang sulok lang siya at tahimik na kumakain.

Siya lang yung hindi kumikibo. But then I realize, na madaldal pala talaga ako kahit na tahimik siya, at bakla ako, straight siya, Malabo, hindi ko dapat siya magustuhan.

As an active youth dito sa parish, pinasama kami ng parish priest namin sa kanila for their apostolate.

After that day, pumunta agad kami sa isang lugar na una naming pagaapostolate-an, which is yun yung pinunta nila rito.

—

Chapter 2

Nagjojoke ako at nahuhuli ko rin siyang tumatawa paminsan-minsan. By the way He is Lucas ... Brother Lucas. Nang magpahinga kami after 7 houses ay tinanong ako ng isa sa kanila,

"**Ikaw si Noah?**" ani Bro. Limuel na ikina-kunot ng noo ko.

Tinuro ko si Kuya Noah at sinabing siya iyon at hindi ako, katabi ko nang mga oras na iyon si Bro. Lucas, nagulat pa nga ako ng magsalita siya.

"**Siya lang naman kilala ko eh, si Xylus**" ani Bro. Lucas at tumingin sa'kin. Nagulat pa nga ako kasi he really knows my name.

"**Mabuti pa siya kilala ako**" dagdag ko pa at ngumiti na medyo kinikilig pero hindi ko iyon pinahalata.

After naming mag usap-usap ay may lumapit na magtataho sa amin, Kuya Limuel asks for seven taho at tig iisa kami ro'n, libre na nga niya raw kasi first day ng apostolate.

Hawak-hawak ko at that time ang notebook ni Bro. Miguel at ang taho ko bago iabot ni Kuya Limuel ang taho na para kay Bro. Fidel, nag iinterview pa kasi siya kaya hindi niya pa makuha ang taho.

"Hala kuya, wala na akong mapaghahawakan niyan" sabi ko pero agad na kinuha ni Bro. Lucas ang notebook ni Bro. Miguel at sabing siya na raw ang magdadala. That's the second time he talks. Introvert naman kasi siya.

After that pumunta na kami sa bahay na paglalunch-an namin. Magkakatabi kaming nakaupo at that time at katabi ko nanaman si Brother Lucas. Nagkwentuhan kami about sa buhay niya and there I confirmed that He's an introvert person. Kapag nga raw sinasama siya ng parish priest nila ay naboboring daw ito sakanya kasi hindi naman daw kumikibo si Brother Lucas. Kaya sinabihan daw siya na makiusap kapag nagaapostolate na.

Well, for me tama nga naman na maging introvert or tahimik sometimes at maging extrovert or madaldal kung kinakailangan.

After naming mag lunch at 2pm narin ng mga oras na 'yon ay nagsimula ulit kaming maglibot. Katabi ko nanaman siya, I remember na nagjoke nga ako no'n na what if tulog ang mga tao, tapos sabi pa niya **"Edi gisingin natin isa-isa"**.

Unang bahay namin, si Brother Miguel muna ang sumalang, siya ang nag interview, aand again magkatabi ulit kami ni Brother Lucas.

Habang kinakamot niya yung ilong niya ay tinanong niya ako,

"Gusto mo?" aniya na nagpakunot sa noo ko.

"Huh? Gusto ng ano?" tanong ko naman sa kanya pabalik, pero hindi naman siya sumagot, instead he keeps on asking the same question, kaya binalakan kong hampasin sana siya ng payong ko nang pabiro kaso hinawakan niya naman yung payong kaya hindi ko nalang itinuloy. Ilang segundo ang nagdaan ng kunin niya ang kamay ko at hilahin papunta sa kung saan man.

"Samahan mo'ko, maglalakad-lakad tayo" aniya at hinila pa ako.

Magsasalita na sana ako ng tawagin siya ni Ate Sheila dahil pinapapasok na rin siya sa bahay ni Brother Miguel.

Tiningnan ko ang kamay ko na hinawakan niya at doon naramdaman kong nag iinit ang pisngi ko.

I think, I like him.

After that, lumapit ulit siya sa'kin, hawak niya ang cellphone niya ng time na tinanong niya ako kung napanood ko na ba raw yung 'I love Lizzy' well familiar ako sa movie na 'yon kasi nakikita ko na yung mga teaser at advertisements pero hindi ko pa napapanood.

About yun sa isang pari na si Fr. Jeff at sa naging jowa niya na si Lizzy.

Sino kaya ang Lizzy sa buhay ni Brother Lucas?

"Let's watch it together!" aniya na nagpangiti sa'kin,

"Sure," I responded.

Pagkatapos no'n ay umuwi na kami, magkalayo kami ni Brother Lucas kasi kasama ko na si Kuya Limuel at that time, which is gay rin.

—

Chapter 3

After that day ay hindi muna ako pumunta ng church kasi ang next schedule ng pagapostolate ulit namin is monday pa kaya rest muna ako kasi friday palang.

—

Saturday at that time nang magschedule si Ate Michelle na maglilinis sa simbahan, kaya pumunta naman ako to help.

Umalis din pala lahat ng seminarians kahapon at kakauwi lang nila at that time.

Tumabi ako kay Bro. Lucas, at the same day napag alaman kong 19 years old palang daw siya, but look at him now, he's very good in public speaking kapag nasa apostolate kami.

Halos lahat hindi makapaniwala nang malamang 19 years old palang siya, well I'm 18 years old pero may mga nerbyos pa rin kapag public speaking na ang pinag uusapan. That time din I ask him kung kailan or anong oras sila umuwi tapos he replied na umuwi sila mga 3:30 pm na at natutulog pa raw yung ibang Seminarians sa taas sa sobrang pagod.

Nakasapatos ako at that time, natanggal pa nga yung sintas ko habang naglalakad papuntang convent eh, pagkarating ko ng convent napansin niya sigurong natanggal yung sintas ko dahil nagsalita siya,

"Yung sintas mo oh, natanggal" aniya tapos sinipa-sipa ko nalang ang paa para hindi maapakan ang sintas at hindi mapatid.Nang makaupo ako magsisintas na sana ako ng magulat sa sinabi niya, **"Baka mapatid ka niyan, marunong ka bang mag sintas? Akin na nga ako na ang magsisintas"** dagdag pa niya pero madaling sinintas ko naman ito para hindi na magkaroon pa ng issue between us.

"Sorry ka, marunong ako magsintas eh" dagdag ko pa ang ngumiti sa kanya. After kong mag sintas, inalok na ako nila Ate Sheila na umuwi na at sumunod naman ako, habang naglalakad kami they faced me while saying, **"Naboring ka pala kanina kasi wala yung mga brothers"** aniya na kina kunot ng noo ko.

Naging issue na pala ngayon ang pakikipag communicate, but the thing is, they are pushing me kay Bro. Fidel kahit hindi ko naman siya pinapansin. Oo, he used to call me sa sariling gawa niyang nickname kahit hindi ko alam kung bakit, well they already know that i am gay pero hindi naman ata valid reason 'yon to say na may gusto ako sa kanya.

Hindi lang 'yon ang mga natanggap kong komento mula sakanya, na kesyo nagseserve lang ako kasi may mga Seminarians, pero in the first place si God ang dahilan kung bakit ako nagseserve at kahit walang Seminarians palagi na akong nagsisimba pero balewala lang sakanila at napapansin lang nila yung mali, medyo masakit yun para sa'kin kasi lumalabas na parang demonyo akong tentasyon sa buhay ng mga Seminarians na 'yon.

Siguro ganoon ang pagtingin nila sa'kin kasi Bakla ako, madumi ang paningin nila sa'kin parang malandi na ata ako sa paningin nila, masakit.

Sobrang sakit, pero pinipili ko nalang na ienjoy kasi mararamdaman nilang mali yung iniisip nilang negative sa akin. Basta for me maganda ang intention ko at walang halong basura o kademonyohan ang pakikitungo ko. Pinilit ko bang magkagusto kay Lucas? Hindi naman eh.

—

Chapter 4

Kinaumagahan may formation kami sa church at silang mga Seminarians ang formator. Gusto ko sanang lumayo muna sakanila para maalis na rin ang mga mata ng lahat saakin kasi pagod na akong maging topic at headline ng mga tao sa issue; yung tipong kaliwa't kanan ikaw yhng pinaguusapan, mahirap at masakit 'yon, pero kahit pinilit kong lumayo ay mas pinaglalaruan talaga ako ng tadhana, kasi habang nakaupo ako sa may upuan kaharap ng altar, for the second time, Lucas held my hand again at pinalapit sa kanya.

"Tingnan mo 'to, chat ni Kuya Khail" aniya at tiningnan ang cellphone niya mula sa likuran niya, hindi pa ata ito nakuntentong nakatingin ako sa likod dahil hinila niya pa ako patabi sa kanya while saying,

"Dito ka kasi, hindi mo naman nakikita lahat eh" aniya at pinatabi ako sa kanya. Wala akong nagawa kung hindi ang sumunod sakanya, may hiya man pero napilitan akong tumabi sakanya.

Nagtsismisan lang kami about doon sa co-seminarian niya at pinag usapan ang crush no'n na taga-rito rin sa parish namin.

After the formation tinabihan ko siya, mag-isa lang kasi siya no'n pero ang balak ko lang sana is pagtripan siya na gugulatin pero imbis na siya yung gulatin ko ay ako ang ginulat niya, for the third time, he held my hand again at pinaupo ulit sa tabi niya.

"Antok na 'ko, hindi na ako sisimba mamayang 4pm mass" sabi ko at nag-pout pa sa harap niya.

Pinagtaasan niya pa ako ng kilay no'n at kinuha ang cellphone ko habang nagsasabi ng **"Matulog ka, 'wag mong gawing dahilan ang antok para hindi magsimba"** aniya pero imbis na matulog ay binawi ko ang cellphone ko.

Nag Scroll-scroll ako sa facebook at nakakita ng nakakatawang meme dahilan para mapangiti ako, napansin kong tumingin siya ro'n ng bahagya upang alamin kung ano ang dahilan ng mga ngiti ko. Napakunot pa nga ang noo ko kasi bakit niya naman gagawin 'yon, diba?

After a few minutes nag open siya sa'kin, sabi niya takot daw siya sa mga beki, gay or bading kasi may pangyayari daw that gives him trauma. Habang naka assign daw kasi siya sa isang parish, may isang bakla raw na sobrang malaking lalaki na humipo sa kanya, doon siya nakaramdam ng trauma sa mga bakla.

I just realize lang at that time na kailangan kong baguhin ang pananaw niya sa mga bakla.

Sabi pa niya **"Alam mo kasi minsan naguguluhan ako kasi 'di ba sa Science ang penis ay para lang naman talaga sa vagina"** aniya. Bigla akong nalungkot sa mga oras na 'yon.

"Please be aware na love isn't all about sex, hindi basehan ang sexual orientation ng isang tao para sa isang relasyon. Gay ka it's okay, Lesbian ka, it's okay, you are guy but you also like a guy? it's okay. Let's just don't normalize yung sex ang nagiging basehan sa relasyon" paglilinaw ko sa kanya.

"Gagamitan din kita ng knowledge Sexual orientation is a complex and personal aspect of human identity that is influenced by many factors, including genetics, environment, and personal experiences. There is no one "cause" of homosexuality, and it is important to respect and accept people for who they are, regardless of their sexual orientation." dagdag ko pa.

"Don't worry, hindi naman big deal sa'kin na bakla ka, kasi alam ko naman na matino ka eh" sabi niya pa at ngumiti sa'kin.

I'm thankful kasi tanggap niya ako kahit bakla ako, pero sana mas tanggapin niya ako kapag nalaman niyang nahuhulog na ako sa gaya niyang nagaaral sa Seminaryo.

I'm here liking you silently,

—

Chapter 5

After ng mass namin, may maliit na meryenda sa parish. Lahat masaya, lahat nagkukwentuhan, kumakain, nagiinuman ng juice.

Naghuhugas na kami no'n after nang kainan, magisa ako sa isang lababo while magkasama si Bro. Lucas at Ate Yna. Nagjojoke pa nga si Ate yna na kesyo tulungan daw ako ni Bro. Lucas, kasi sa'ming magkakaibigan, siya lang ang nakakaalam na crush ko si Bro. Lucas, pero alam nyo yung sagot niya?

"Ayoko, hindi ko naman gusto yung vibes niya"

Narinig ko yun at nasaktan ako,

Natapos kaming maghugas ng hindi ko siya pinapansin. I just wanted to be alone at that time.

Nakauwi na ako ng magchat si Ate Yna, **"Siguro crush ka rin talaga ni Bro. Lucas kasi ng mag-isa kang naghuhugas panay ang tingin niya sayo, hindi raw gusto ang vibes mo pero concern, panay ang tingin, atat pa ngang suyuin ka eh tapos naaawa kasi mag-isa ka raw na naghuhugas. Tinatawag ko nga si Bro Fidel para kami yung magtulungan tapos kayo rin ni Lucas ang tandem"**

Hindi ko alam, pero kinilig ako sa part na 'yon, not until nagising ako isang araw.

2nd day ngayon ng pagaapostolate namin, hindi niya ako kinikibo, kinakausap ko siya pero he keeps on saying **"pagod ako"**

Tinatanong ko siya kung galit ba siya dahil hindi ko siya pinansin bago umuwi kahapon pero same answer lang naman natanggap ko, until makarating kami sa isang bahay. Sinamahan ko siya at pagkalabas naming dalawa papayungan ko sana siya ng magsalita sya,

"Wag, wag mo 'kong payungan" aniya,

"Huh? Galit ka ba talaga?" dagdag ko pa,

"Hindi, ganito lang talaga ako" he responded,

"Ganyan ka na? Kahapon hindi ka ganyan, Lucas" sabi ko na bahagyang nasasaktan na.

"Kinakausap lang kita kasi maraming tao ng mga oras na 'yon, at hindi ka worth na bigyan ng energy, ayaw naman nga sana kitang kausapin eh kaso napilitan ako kasi inutusan ako, alam mo ang tingin ko sayo parang batang walang sawa sa paglalaro, gano'n kita nakikita. Ayaw ko sa makulit, ayaw na ayaw." pagkasabi niya no'n tumigil na 'ko.

Tumigil ako sa paglalakad, ang bigat sa dibdib, sobra. Lumayo ako sa kanya, and after that hindi na kailanman lumapit pa.

Bumalik sa'kin yung mga times na binubuully pa ako sa kalsada, yung tipong maski mga pinsan mo pagsasabihan ka na wala kang mapapala sa buhay dahil bakla ka, yung tipong maging kamag-anak mo dinadown ka kasi bakla ka. Palagi kong sinasabi sa isip ko na oo bakla ako, pero hindi bakla lang.

May mga pagkakataong umiiyak ako sa mga komentong sinasabi nila, pero mas pinapangibabaw ko na malakas ako, lalaban ako, kaya ko, bakla ako at bully lang sila.

FLASHBACK

"HAHAHA Bakla! Bakla! Oh iiyak ka? magsusumbong ka? sige gawin mo, hindi lang black eye mapapala mo!" dagdag pa ni Leyo na bully sa buong campus namin. Wala akong laban sakanya, malaking tao siya, at mahina lang ako.

Gusto ko siyang balingan ng suntok pero pano? Gusto ko siyang sampalin, pero pano? Wala akong ibang magawa kung hindi ang humagulgol lang nang humagulgol.

"Bitawan niyo na 'yan, wala na 'yang laban sa'tin, Magsumbong kanang bakla ka, ay oo nga pala, eto oh make-up mo!" aniya at unti-unting lumapit sa'kin.

Marahan niyang kinulayan ang mukha ko, walang takot na nilagyan ng lipstick ang buong mukha ko, ang damit ko, bago ibato sa ulo ko ang lipstick na siya niyang ginamit.

Sobrang sakit ng pagkakabato niya ng lipstick pero mas masakit yung binabato nilang panlalait sa'kin. Wala akong freedom pagdating sakanila. Oo, suportado ang pamilya ko sa pagiging bakla ko, pero iba ang turing sa'kin paglabas ng bahay.

—

Naulit ang panlalait nila sa'kin sa canteen, kumakain ako ng spaghetti ng mga oras na 'yon, nang bigla silang lumapit sa'kin. Umupo sila sa harap ko at nilapag ang isang notebook sa mesa ko.

"Gawin mo 'tong project ko!" maawtoridad niyang utos.

"Bawal mang-cheat hindi ba? Hindi ko gagawin yan" sagot ko na ikinainit ng dugo niya.

"Hindi mo'ko susundin? Lalaban ka ng bading ka? Tandaan mo, isang suntok ko lang sayo babagsak ka ulit na bading ka!" aniya at walang takot na kinuha ang kainan ko at binato ito sa'kin.

Umiiyak na pinapatigil ko siya pero mas umibabaw ang kawalang hiyaan nila. Kinuha ng kagrupo niyang si Jaeon ang juice ko at unti-unti itong binuhos sa'kin.

Kitang-kita kong pinagtitinginan na kami ng mga estudyante at wala lang silang ginawa kung hindi ang pagtawanan ako. Hindi pa sila nakuntento at kinuha ang bag ko at binuhos ang lahat ng laman nito sa sahig, walang tinira hanggang sa makuha ulit nila ang make-up ko at tinapon iyon sa akin.

Naramdaman ko na lang ang hapdi ng sugat sa may pisngi ko mula sa matalim na parte ng make-up.

END OF FLASHBACK

—

Chapter 6

Gusto kong umiyak ng mga oras na 'yon, i want to cry out loud but how can i? Nasa public place ako at baka kung ano pang comment ang mareceive ko from others.

There i realize na tama yung sinabi ko kay Ate Yna, na mali ang hinala naming crush niya 'ko.

I want to shout, pero nasa apostolate kami, i want to sleep para ma-ease yung pain pero hindi ko magawa. I was really drowned at that time but I need to swim in this deep ocean of problem.

Umasa kasi ako eh,

Nakauwi na kami ng mareceive ko angchat niya, chinat ko kasi siya ng **'Galit ka, sorry'** pero ngayon niya palang narereceived.

LUCAS: "ang emotional mo kasi"

LUCAS: "ang kulit mo"

LUCAS: "hindi ko talaga gusto ang vibes mo"

LUCAS: "baguhin mo kaya ugali mo"

LUCAS: "nakakarindi ka kasi"

His chats suddenly broke my heart, sa 'di inaasahang pagkakataon, kusang tumulo nang nag uunahan ang mga luha mula sa mata ko. Siguro dagdag siya sa mga lessons ko.

Mas tumatak lang sa'kin yung quote na *"Some people came into your life as a blessing but some people came as a lesson"*

He also added na naalala niya yung kaibigan niya dati na nagustuhan siya, but instead of confessing my feelings after that kasi may nauna pala sa'kin i just keep it as a secret sinabi ko nalang na kung anong kulit man ang ibinibigay ko sayo ay binibigay ko rin sa iba, makulit ako hindi lang sayo, kundi makulit ako sa lahat, at pantay lang ang tinatrato ko sa lahat ng kasama mong Seminarians, at wala akong gusto sa ni isa sainyo.

—

Chapter 7

After a couple of days nalaman kong kinukwento niya sa iba na **"Ang kulit-kulit ni Xylus"** kaya mabuti na rin talagang hindi ko sinabing nagustuhan na kita kasi kung ginawa ko 'yon, maybe mas mapapahiya ako, na kesyo nilalandi ko ang sugo ni Kristo na kesyo kina-kalantari ko ang Seminaristang gaya mo.

Not just sa Sacristan namin, pinagkalat niya rin iyon sa kapwa niya Seminarista at sa kaybigan ko, Sobrang sakit kasi, nagtitiwala ako sakanya, oo alam kong mali kasi I'm so persistent at naging OA ako sa pakikipagcommunicate sakanya, pero sana hindi niya naman pinagkalat yung actions ko, nakakahiya, oo ngayon ko lang narealize pero I didn't know naman na may nagagalit sa pagiging makulit ko, well, simula ngayon i will change na.

Kasi kung mangyari man, iiyak ako, sobrang iiyak talaga ako kasi hindi lang naman ako yung mapapahiya eh, even my family mapapahiya kasi hawak ko apelyido namin. Pero sana hindi na niya pinagkalat na naiirita na pala siya sa'kin, kasi it will reflect his actions din not just mine.

Dahil sa sobrang drowned na ako, walang muwang na pumasok ako sa sariling kwarto, nakita ko ro'n ang isang lubid malapit sa may CR. Hindi ko maintindihan pero hindi ko mapigilang kunin 'yon, nakita ko na lamang ang sarili ko na nilalagay na ang lubid sa taas na bahagi ng kwarto.

Humahagulgol na tumayo ako sa upuan at inilagay ang lubid sa leeg, sobrang blanko na ang isip ko, wala akong ibang maisip kundi ang gawin ito.

Bumalik sa akin yung mga minutong kasama ko siya, mga oras na hinahawakan niya ang kamay ko, mga minutong kausap ko siya. Iminulat ko ang mata ko at nakita ang crucifix sa may altar ko.

Hindi ko alam pero parang pinapalapit niya ako, sa 'di malamang dahilan naglakad ako paunti-unti, hanggang sa mahulog ako sa upuan.

"AHH!" humahagulgol kong sigaw,

Biglang humigpit ang lubid na nasa leeg ko, hindi ako makahinga, nablanko sa akin ang lahat, wala akong makita halos puro dilim. Sinubukan kong magpumiglas, sumipa, sumigaw pero hindi ko magawa, iminumulat ko ang mata ko pero tanging dilim lang ang aking nakikita.

Hanggang sa naramdaman ko nalang sa sarili ko na bumagsak sa sahig, napansing naputol ang lubid sa loob ng ilang minuto kong pagkakalambitin, kasabay no'n ang pagkahulog ng kung anumang bagay sa kamay ko. Nanghihina at umiiyak na minulat ko ang mga mata ko.

Mas napa hagulgol ako ng makita kung ano ang bagay na nasa kamay ko, nakita ko yung rosaryo na bigay sa'kin ni Lola dati.

Umiyak ako nang umiyak, walang ibang magawa kundi ang humagulgol, nilibot ko ang pangmingin at nakita ang larawan ni Hesus na umiiyak, i just don't realize na importante pala ang buhay ko.

—

Chapter 8

He raises me up, when I am down. He helps me swim when I am drowning. He was there when no one was. He loves me, when no one does, and yes, He's God.

Just like what Psalm 147:3 said **"He heals the brokenhearted and binds up their wounds"** He is there to heal my heart when it is broken, and there he became my first aid that binds my wound.

It's been 1 month since nakita ko siya, 1 month since nagcommit ako ng suicide pero thank God hindi yun natuloy.

Yes, sa loob ng isang buwan na 'yon wala na kaming communications, but we end up na may closure, pero still may mga tanong parin ako, still may mga bagay na nagpapaalala sa akin sa kanya, may mga taong nagpapaalala sa sakit na dulot mo.

Nagkaroon kami ng closure after a month na umalis na sila, nagpaliwanag siya kung bakit. Sabi niya, **"Oo nagkamali siya at lubos niyang pinagsisisihan iyon."**

Itong kwento ko ay maaaring magbigay ng galit sayo sa mga seminarians pero i wrote this story to give you a lesson and not to blame or hate them.

Sana maging ganap kang Pari, dahil ako ang numero unong tagasuporta mo, sobrang galing mo sa pakikipagcommunicate sa mga tao, sa pakikibahagi ng mga salita ng Diyos mula sa Bibliya at mas magiging proud ako kung ipagpatuloy mo ang buhay relihiyoso mo, pero Diyos ang hayaan nating komontrol sa lahat, sundin natin kung ano ang Will ng Diyos.

He also added na never siyang magkakagusto sa gaya niyang lalake.

"Alam kong normal lang magmahal, pero hindi ko kayang magmahal ng kapwa ko lalake. Mixed signals doesn't exists, guni-guni lang ng tao 'yan. Tayo lang ang lomoloko sa sarili natin at nagbibigay ng false meaning sa mga bagay-bagay. Hindi ako ang nakikita mo sat'wing magkausap tayo, but my black cassock kung saan dala namin si Kristo. Ang masasabi ko lang Xylus, huwag kang magpauto sa nakikita mo, maybe some of things na nakikita mo may hidden meaning pero not all. Pero don't worry, thankful ako na may nagkakagusto sa'kin, pero sorry kasi hindi ko maibabalik sayo yung pagkagusto mo sa'kin" dagdag pa niya.

That words suddenly broke my heart again, but now, into a trillion pieces.

I just want to express my feelings for you and to try to make sense of the mixed signals you've been sending me. I've enjoyed spending time with you and getting to know you, but I'm also confused and hurt by the way things have ended between us.

Hindi ko alam kung ginawa mo ba 'yon sa'kin para maiparamdam ang ipinaramdam sayo ng ex mo, hindi ko alam kung ginawa mo ba 'yon dahil masaya kang makakita ng taong umiiyak gaya ng ginawa sayo ng ex mo.

I want you to know that I care about you deeply and that I've been hoping for more from the word 'us'. But I also know that I can't force you to feel the same way. If you're not interested in pursuing a relationship with me, that's okay. I just wish you had been more honest with me from the beginning.

Siguro naging overthinker at assuming lang talaga ako in the first place, na siguro wala namang meaning yung mga mixed signals na pinaramdam mo at ako lang naman ang nagbigay ng malisya, pero sana hindi mo na ginawa pa.

In the first place, i know na walang mamamagitan sa amin.

He's a seminarian, magpapari siya and i am just a civilian who fell in love with him, sobrang malabo eh. Hindi ko alam, maging ako nalilito rin nahihirapan narin akong intindihin ang sarili ko.

I am experiencing this since i was 14 years old, mabilis akong maattach sa isang tao even though kakameet palang namin, mabilis akong magkagusto sa isang tao kahit wala pang isang buwan nang makilala ko siya. Sobrang overthinker ako, na kahit kaunting bagay inooverthink ko na, I am not really sure but i think i have a mental disorder, i am not sure but i hope I'm wrong, i think i have Obsessive compulsive disorder, and siguro that's one of the reason kung bakit nagcommit ako ng suicide at nablanko ang isipan ko at that time.

Base on the internet Obsessive-compulsive disorder (OCD) is characterized by repetitive, unwanted thoughts (obsessions) and irrational, excessive urges to do certain actions (compulsions).

Although people with OCD may know that their thoughts and behaviors don't make logical sense, they're often unable to stop them.

—

Chapter 9

It's been a month since the day you hurted me but I am still asking myself, bakit mo kasi ako binigyan ng mga mixed signals? Alam mo, because of our past, mas lumala ang trust issues ko, natakot na akong magtiwala ulit, pero dahil din sa past natin, mas nahubog ako, mas nagkaroon ako ng lakas ng loob to say 'no' kapag mali na yung tatahakin kong landas.

May mali ako, oo kasi naging OA ako sa pakikipag-usap sa kanya, pero hindi ko naman pinush yung sarili ko eh, gusto ko ngang lumayo pero pinilit niya ko. Hindi ko siya masisisi pero hindi niya rin ako masisisi, naramdaman ko 'to at hindi ko 'to ginusto. Sino ba naman ang gugustuhing masaktan ang sarili niyang damdamin hindi ba?

Unloving him was the hardest thing to do, bakit ba kasi pinipili ng puso natin yung taong sasaktan lang tayo? Bakit ba kasi hindi tumitigil yung puso natin hanggang sa hindi tayo nasasaktan?

Gaya ng nasa kanta, Cupid is so Dumb, kaya hintayin nalang natin na si God mismo ang pumili ng taong darating para sa atin at hindi palaging umasa kay Kupidong pana lang nang pana.

I also realize na, kahit anong dilim pa ng buhay mo, kapag nananalig ka sa Diyos may liwanag na lalapit sayo, at siya ang liwanag na 'yon. He is the light at kaya niyang talunin ang dilim na hinaharap natin and yes, mapaglaro nga ang tadhana, pero just like the game basketball.

Continue on dribbling ang at kapag nakatyempo ka na shoot it dahil you'll get the three points kapag nag hirap ka, there is always a reason kung bakit naghihirap tayo, try on asking yourself what is the meaning behind my suffering?

Not all like you, not all signals are for you, not all things must be an issue, maybe ganun lang talaga siya, maybe assumera ka lang talaga.

If you know in yourself na mabilis kang maattach, take the first step na lumayo, dahil ikaw at ikaw lang ang makakaintindi sa sarili mo, ikaw at ikaw lang ang makakapagpabago sa sarili mo, ikaw at ikaw lang ang makakatulong sa sarili mo.

Life is full of surprises but life is also miserable.

Ipagpatuloy mo lang yan. Kung saan ka masaya at anong path ang tatahakin mo, go lang.

Sana kasi hindi ka nalang dumating sa buhay ko pero at the same time sana maisip mo na darating din yung time na ikaw na rin ang lolokohin, papaasahin at sasaktan. Sana man lang iniisip mo rin yung mga actions mo na ipinapakita mo sa isang tao at ang magiging mga bunga no'n sa taong ginagamit mo. Sana maisip mo ring tingnan yung mga pwedeng maramdaman nila after no'n.

Sana marealize mo na you better don't give mixed signals sa taong alam mong mabilis mafall at mabilis masaktan kasi mararamdaman mo rin ang ganto and I am praying na huwag na.

Because of our past mas naging malakas ako, mas naging matalino ako sa pagpili kung sino ang pagkakatiwalaan ko, because of our past mas nahubog ako. Just like what Lizzy said **"...Yung sakit na yun, yun yung bumuo sa buong pagkatao ko ngayon."**

—

Chapter 10

Gustong-gusto ko siyang kausaping personal kasi marami parin talagang tanong eh, i am trying to move on at kaya ko yung panindigan pero hindi ko alam kung hanggang kaylan ko 'to dadalhing mga tanong kong ito.

I am crying on my pillow back then nang maisip kong gumawa ng letter for him, it is a farewell letter na para sa'kin mas makakapagpagaan ng damdamin ko.

Hindi man ako kagandahang magsulat ng kung ano-ano pero wala na akong pakealam sa magiging resulta, ang gusto ko lang ay ang mailabas ko ang tunay kong nararamdaman

Habang nagsusulat ako ng sulat na ibibigay sakanya, hindi ko alam pero sunod-sunod ang pagpatak ng luha ko, hindi ko maiwasang humagulgol sa sobrang sakit, akala ko ba okay na 'ko, akala ko ba nakaraos na 'ko, akala ko ba kaya ko na.

Hindi ko pinansin ang bawat patak ng luha na nagmamarka sa papel na sinusulatan ko, bawat letra ay isang patak ng luha mula sa aking mga mata, napapatigil nalang ako sa pagsusulat kapag nararamdaman kong sobrang bigat na, yung parang pinipiga na ng sakit ang puso ko, walang tinitira na kahit ano pa man, tanging sakit at kirot.

Ganito ba talaga ang tadhana?

Sobrang mapaglaro at mapanakit, para akong yumayakap ng cactus sa kawalan at ang tanging inda lang ay ang pagtusok na milyong-milyong tinik mula sa kanyang katawan.

Masyado namang mapanakit ang mundo, o sadyang mapanakit lang ang lahat ng tao?

Matapos kong gawin ang sulat ko ay nagumpisa na 'kong magligpit ng hinigaan. Napahiga pa ako nang humahagulgol, pilitin kong tumigil pero hindi kaya, beshy.

—

XYLUS' FAREWELL LETTER

Dear Brother Lucas,

I wanted to take a moment to thank you for breaking my heart. I know that might sound strange, but it's true.

You see, I've learned a lot about myself and what I want in life since we parted ways.

I've come to realize that I deserve someone who truly loves me and is willing to be open and honest with me, even if it's difficult. I'm grateful for the time we spent together, but I'm also grateful that we're no longer together.

I also wanted to apologize for being so persistent. I know I probably came on too strong, and I'm sorry if

I made you uncomfortable. I hope you can forgive me for that..

I wish you all the best in your future endeavors, and I hope you find happiness and fulfillment in whatever path you choose, without me. I'm looking forward to you as the next mass presider—as a priest. Thank you again for everything, and farewell. Time to move on to the next chapter of our story but now as strangers with memories.

Sincerely,

Xylus

—

Kinuha ko ang cellphone ko para i-check ang schedule ko para bukas, gusto kong igala ang sarili ko para malibang naman at unti-unti na siyang makalimutan.

—

Chapter 11

I opened my Facebook account at nakitang marami ng chats dito from our groupchat, groupchat ng mga kaybigan ko dati sa probinsya. Nagulat ako nang makitang 99+ messages ang hindi ko pa nababasa mula sa groupchat namin.

I opened our groupchats at nakitang puno ng mention sa'kin doon, halatang galit na sila kasi halos isang araw rin akong hindi nag-online at nagbasa ng mga messages,

Nag-backread ako para maging updated sa chismis nila at doon ko nabasa ang mga plano nila ngayong bakasyon,

JENNIFER: "What if pumunta tayo sa probinsya niyo Xylus?"

KYLA: "Ay oo nga, @Xylus Miguel"

JENNIFER: "@Xylus Miguel Madrid, bakla ano na!"

Sunod-sunod na mensahe nila Kyla at Jennifer na childhood bestfriend ko, naalala pa pala nila yung dati naming bahay sa Bikol.

Maybe pwede talaga kaming pumunta ro'n, for me to forget him and for me to unwined na rin.

Dali-dali akong nagchat sakanila at sinabing pwede naman kaming pumunta ro'n this weekend na agad.

"Agad-agad!? Sige galang-gala na kami eh!! HAHAHA" dagdag pa ni Kyla bago kami ng drop ng time na pagpunta ro'n at ng mga dadalhin. Napagplanuhan din naming pumunta sa Cagsawa Ruins sa Legazpi, dahil malapit lang naman yung sa Tabaco kung saan kami dating nakatira.

Siguro nandoon pa yung mga gamit namin ng bata pa kami, yung mga photobooks namin ng mga kaybigan ko. Nasaan na kaya sila? I can still remember yung mga laro namin, yung hindi kami uuwi until hindi kami sunduin ng mga mama namin while holding a hanger, yung tipong uuwi kami na para ng taong-grasa, yung uuwi kang may sipon pa sa ilong.

—

Chapter 12

FLASHBACK

"Tagu-taguan, maliwanag ang buwan, tayo'y maglaro ng tagu-taguan, pagkabilang ko ng tatlo nakatago na kayo, isa, dalawa, dalawa't may kalahati, dalawa't may wamport, dalawa't may waneyt, tatlo! **Haharap na 'ko!!**" Pagkanta ko ng tagu-taguan habang nakatakip ang mata at nakapatong sa punong-mangga.

Pagharap ko ay wala na akong makitang kahit sinumang kalaro, lahat sila ay nakatago na, lahat ay hindi ko na mahagilap pa. Ilang minuto ang lumipas nang makakita ako ng gumagalaw sa may halamanan ni Tiya Lara. Tiningnan ko iyon nang maypagbabakasakaling kalaro ko ang naroon,

"Sean! base! yehey!!" masiglang sabi ko habang lumulundag-lundag pa. Siya si Sean, ang pinakamabait kong kalaro, palagi siyang pumupunta sa bahay at minsan doon na rin natutulog katabi ko. Minsan ko siyang nahuling nakatingin sa akin habang magkaharap kami sa kama, pero tumatawa lang siya kapag nahuhuli ko. Baliw ba siya?

Mas matanda siya sa'kin ng isang taon pero ayaw niya namang tawagin ko siya ng 'kuya' kasi isang taon lang naman daw ang pagitan, but still nirerespeto ko siya. Nang mahanap ko na ang lahat, si Sean na ang taya para sa susunod na round, kinanta niya ang parehong kinanta ko. Habang naghahanap ako ng matataguan malapit sa bahay namin ay nakita ako ni Mama, tinawag ako nito dahil magtatanghalian na raw, lumingon ako kay Sean na kumakanta parin hanggang ngayon, ngunit may ngising pumasok ako sa bahay at sumunod kay Mama. Ilang oras ko ring naririnig ang pagtawag niya sa mga pangalan namin hanggang marinig ko na ang pagpapaalam niya, **"Umuwi naman na ata kayo eh"** halata sa boses niya no'n ang lungkot. Naguilty ako ro'n.

END OF FLASHBACK

Nasa'n na kaya si Sean? Simula ng umalis kami sa probinsya wala na akong komunikasyon sakanya, walang kumustahan, walang batian sat'wing birthday, eh halos ipasara na niya yung buong eskinita namin sat'winh birthday ko eh, anak kasi siya ng kapitan namin dati kaya medyo richkid si Sean.

Ano na kayang ginagawa niya ngayon, i mean anong course kaya pinili niya and subjects ang ginagawa niya ngayon.

—

Chapter 13

Habang nakahiga ako at nagiimagine sa mga gagawin namin sa probinsya biglang tumunog ang cellphone ko dahilan upang icheck ko ito. It was Mama kaya agad ko itong sinagot at paniguradong magagalit nanaman ito kapag makailang beses siyang tumawag.

"Hello, anak, uuwi kami ng Papa mo sa probinsya, sasama ka?" gulat akong napangiti, narinig ba nila usapan namin nila Kyla? Ang galing!

"We're planning to go there talaga Ma, actually this Friday na ang punta namin" Sagot ko naman dito. Ang galing! hindi magiging drawing ang pag-uwi ko!

"Oh really? Good, kasal kasi next week ng anak ni Mareng Lara, remember si Keshi?" dagdag pa niya na ikinagulat ko.

Ikakasal na yung 4 years na mas matanda sa'kin pero mas bata sa'kin kung mag-isip? Really?

"Really?! Yung sipunin?" pagbibiro ko pa na ikinatawa ni Mama, at sinabing nahiya naman daw ako noon na dinidilaan pa, like huh? dinawa ko 'yun???

Napagalaman ko rin kay Mama na isasali nila ako sa mga abay ng kasal, well it's my first time to become part of the wedding, i mean i was invited sa mga wedding several times pero yung kasali sa magpoprocession, it was my very first time.

Habang nagsasalita ako at sinasabing excite na excite ay bigla nalang akong binabaan ni Mama ng cellphone, ang bastos!

"Guys, guess what!! Uuwi sila Mama ng Bikol, hindi magjging drawing ang pagpunta natin!!" excited na chat ko sa gc namin.

Agad-agad silang nagseen at nagreact ng 'wow' sa message ko, sunod-sunod din silang nagchat ng **'yehey! ' 'magpaplano na tayo!'** Mas excited pa pala sila sa'kin eh!

—

Chapter 14

Today is Friday, nasa byahe na kami ngayon nila Mama at sabi nila Kyla susunod nalang daw sila sa'min, I'm so excited, makikita ko na ulit yung mga kaybigan ko.

Ilang oras na rin akong nakaupo, nakatulog na nga ako pero hindi ko inda ang pagod ng byahe ang gusto ko lang ay makita na yung Mayon at ang mga kaybigan ko no'n, mga sipunin pa kaya sila? HAHAHA

Ilang oras pa ang nagdaan ng tuluyan na kaming makauwi, pagkarating namin sa Tabaco ay tanaw ko na agad ang perfect cone na Mayon, sobrang namiss ko 'tong view na ito. Picture dito, picture doon, tuwang-tuwa ako kasi kilala pa ako ng mga kapit-bahay namin dito.

Nakita ko ring marami ng ganap sa bahay nila Keshi, gusto ko na sana siyang kumustahin kaso nga lang dala ko pa yung mga bagahe at maglilinis pa kami sa bahay.

Pagkarating ko sa bahay, nakita ko kaagad ang sobrang maalikabok naming bahay, napaubo pa nga ako dahil sa sobrang kapal ng alikabok. Paano ko 'to lilinisin ngayon?

Nakita ko rin ang mga gamit na natatakpan ng puting tela, maging ang mga mesa, ang upuan at ang iba pang furniture. Isa-isa ko namang inalis ang mga puting tela habang nakaface-mask, tulong-tulong kami ni Mama at Papa hanggang sa matapos namin ang buong bahay

Nakakaenjoy rin palang maglinis kapag tulong-tulong kayo ng family mo, i mean naglilinis ako ng mag-isa ko pero iba parin yung feeling na buong pamilya nyo na yung nagtutulong-tulong.

Pumasok ako sa kwarto at inayos ang mga damit sa closet, ginabi rin kami sa paglilinis, mabuti nalang hindi naman 'to 2 storey na bahay dahil kung oo, isang linggo kaming maglilinis dito.

Hindi narin nagluto si Mama dahil pagod naman na siya kaya bumili nalang siya ng ulam sa labas, yung ready-to-eat ng pagkain.

Dahil din sa paglabas niya ay binigay na sakanya ang hard copy ng invitation sa kasal ni Keshi, there i saw her soon-to-be-husband na si Jordan. Jordan plus Keshi is Joshi?

Mas naexcite tuloy ako sa kasal nila, nakita ko rin agad ang pangalan ko and partner ko ang kapatid ni Keshi na si Taylor. Mas matanda ako kay Taylor kasi ng umalis ako rito sa probinsya eh 9 years old palang siya while I am already 14 years old at that time, so it means 13 years old na siya, and kayo na lang magcompute ng edad ko, basta I am first year college. Matanda parin naman sa'kin si ate Keshi HAHAHA.

Nakita ko ring halos lahat ng kalaro namin no'n ay kasali, except kay Sean.

Bakit kaya hindi niya sinali si Sean? Close bestfriend niya yun eh. Nagkagalitan ba sila ng wala ako rito? May nangyari ba while nasa Manila ako?

"Nak, kakain na!" Rinig kong tawag ni Mama na nagpabalik sa ulirat ko. **"Papunta na po!"** sagot ko naman bago kinuha ang tsinelas at lumabas na ng kwarto.

—

Chapter 15

It's been 1 week ng makauwi kami rito sa probinsya, dumating narin sila Kyla at Jennifer at doon sila sa bahay namin nakatira. Saktong yung kwarto ng kapatid ko ay bakante naman kaya doon muna sila natutulog, while they're staying here.

Iba pala talaga yung amoy ng hangin sa probinsya kaysa sa amoy sa City, puro buga ng usok at puro makinarya ang nandoon, nakakastress. Habang dito puro puno, maganda ang tanawin, puro beaches at puro kubo which is favourite ko kasi hindi mainit.

Matagal ko 'tong hinintay, na muling makaapak sa Albay, mas gumanda 'to kumpara noong bata pa lamang ako, mas tumaas yung demand para sa tourists.

Ngayon pala ang kasal nila Keshi at Jordan, nakabihis na rin ang lahat, ininvite ko rin sina Kyla at Jennifer to witness the wedding of my childhood friend na ate ko rin. Sobrang ganda no'ng theme ng kasal, the color of our suits, the design of the church, also the reception smells like yamanin.

Super excited ako kasi, dati nagcchoir lang ako sa kasal and now, Isa na ako sa magpoprocession sa kasal, pero hindi ko kasal.

Sobrang saya ko na sana, kaso yung homily ni Father...

"Ikaw, Keshi. Ikaw ang pinakamaganda sa buhay ni Jordan, at ikaw Jordan ang pinakagwapo sa buhay ni Keshi. Tandaan nyo, sobrang swerte nyo, kasi yung iba riyan, nagmamahal ng taong hindi sila kayang mahalin, but you guys, you both love each other, kaya sa kapangyarihan ng Inang Simbahan, pinagiisa kayo. Kasal ang magbubuklod sainyo, at walang sinuman ang makakapagpahiwalay" ani Father na nagpangiti sa'kin ng peke, naalala ko tuloy si Lucas. Father umuwi po ako rito para makalimot hindi makaalala, huhu.

Natapos ang kasal, masaya ang lahat,lahat masayang nakaupo sa kanya-kanyang upuan habang naghihintay na mabigyan ng pagkain sa harap ng mesa.

Habang kumakain kami napansin kong nakatutok si Kyla sa pagkaing nasa mesa ng newlyweds kaya bahagya ko itong ginalaw dahilan upang mapatingin ito sa'kin.

"Ano? Iniisip ko lang kung what if iba yung lasa ng pagkain ng newlyweds sa pagkain natin? Mas masarap kaya yun?" natawa nalang ako ng marinig ang tugon niya, ang overthinker din pala ng babaitang ito.

"Oo nga, ang tabang kasi ng karne nila,ang tigas p—" napatigil si Kyla sa pagsasalita ng magsalita ang Ale sa tabi niya,which is yung Tita ni Keshi.

"Ganoon ba hija? teka at pagsasabihan ko yung nagluto" aniya na ikinalaki ng mata ko, sa mga oras na yun ay nagkukurutan na kami sa sobrang hiya, parang gusto ko nalang matunaw sa kinauupuan, siguro jung hindi ko kakilala ang nga tao rito ay lalaho na 'ko.

Mga walang hiya talaga 'tong mga 'to, dinadamay pa ako, huhu.

Yung tipong tahimik kang kumakain tapos magsasabi yung isa na matabang daw yung leche flan, na kesyo matigas yung karne.

Sa sobrang hiya ay napangiti nalang ako ng peke bago kumain ulit.

Ramdam ko rin ang sobrang takot at kaba ni Kyla lalo pa nang abutan siya ng panibagong karne habang nagsasabing mas niluto raw nila yun at mas dinagdagan ng timpla ang sabaw. Oh diba paimportante!

Mabuti nalang at mababait ang mga tao rito sa probinsya, super bait, lalo na sa alam nilang hindi naman talaga taga-rito, super hospitable nila sa mga tao, kaya mas prefer kong tumira dito kesa sa City eh.

—

Chapter 16

Kitang-kita mo ang mga tao, puno ng invited people at syempre hindi magpapahuli ang mga SHARON, *Balutin mo ako, sa lilim ng iyong pagmamahal~~* Talagang present yan palagi sat'wing may ganitong occassions, gaya nila Kyla at Jennifer, may gana pang mang-judge ng pagkain, eh nakikikain lang naman, jusko kakahiya kayo mga ineng!

Ramdam mo taga ang saya ng lahat bawat minuto at bawat oras na ginugugol ng kasal. Lahat nagsasayawan sa reception, lahat nagiindakan, maging sina Keshi at Jordan ay sumasayaw ng sweet dance.

Tradition ito rito sa Bikol na kung tawagin ay **'Pantomina'** ito yung part na sasayaw ang bagong kasal then yung mga nanonood ay magsasabit ng papel na pera sa sumasayaw, pwedeng ninang at ninong or magulang ng newlyweds.

Habang ang malilikom na pera ay mapupunta sa newlyweds pandagdag sa paguumpisa ng pamilya nila. Minsan umaabot yan ng hundred thousand, swerte mo kung gano'n, kaya minsan mga galanteng ninong at ninang ang mga kinukuha para tiba-tiba HAHA.

Katabi ko ngayon sina Kyla at Jennifer na ngayon ay panay ang tawa sa mga epic fails ng sayaw nila Keshi at Jorda. Nagpipicture naman sila para daw may remembrance sila pagkauwi. Picture dito, picture doon.

I saw a man na papalapit sa'min habang nagtetake kami ng picture, nilapitan niya si Kyla at inalok na sumayaw, gano'n din ang ginawa ng isa pang boy kay Jennifer, kaya naiwan akong mag-isa.

Dapat kasi andito si Sean eh.

Sayaw din sila nang sayaw habang ako, nakaupo lang at umiinom ng juice at kumakain ng leche flan, wala man akong kasayaw, busog naman, yun yung mahalaga.

Nakita ko yung ngiti sa mga labi ni Kyla gayudin kay Jennifer. Mga beshy, lason yang ganyan, 'wag muna kayong mag-assume.

Baka masaktan din kayo sa huli, ganyan din yung pinaramdam sa'kin ni Lucas, oops. May paholding-holding hands pang nalalaman tapos nakukulitan daw sa'kin, sigi.

Habang sumasayaw sila at nakailang palit na ng sweet dance ay papalit din nang papalit ang mga dessert na nilalatag nila sa harap ko, may balak ata silang patabain ako ah. Ang payat ko pa ba?

"Nakakaenjoy siyang kasayaw, ang funny niya" ani Jennifer at halatang namumula pa sa kilig, ang landi ni beshy ah.

"Pati yung akin, sobrang kinilig tuloy ako" puna rin ni Kyla at kinagat pa ang labi at umiimpit ng sigaw. Jusko, siguro sainyo ako nagmana, sa karupukan.

"Beshy huwag muna kayong umasa, mahuhurt kayo ng sobra" sabi ko at nginitian sila, friendly advice lang.

"Beshy, huwag mo kaming igaya sayo" puna ni Kyla na nagpakunot sa noo ko.

"HAHA TRUE!" dagdag naman ni Jennifer na sobrang nalakasan pa ang boses dahilan upang manlaki ang mata ko at takpan ang bunganga niya habang nakatingin sa mga taong lahat ay nakamasid na sa'min.

"Sabi niya po, true daw po kayong magmahal, hehe" sabi ko at ngumiti ng peke, panay pa nga ang salita ni Jennifer kaya mas diniinan ko ang pagkakatakip sa bunganga niya.

Jusko nakakahiya talaga kapag sila ang kasama ko, kung ano-anong basura ang lumalabas sa bibig, ano kayang kinakain nila kaya ganyan ang mga bunganga nito.

Talagang binalikan pa nila yung past ko ah!

"Bitawan mo na, kawawa naman HAHAHA" sabi ni Kyla at tumatawang hinila ang kamay ko.

Huhu, mabuti nalang wala si Mama rito, kung hindi lagot nanaman ako sakanya pagkauwi.

Kanina sa pagkain tapos ngayon sa mga past relationship?

Huwag namang gano'n mga beshy, sobrang pinapahiya nyo naman ako oh.

Dala niyo ang pangalan ko sat'wing kasama ko kayo kasi kalat din ang pangalan ko rito kaya 'wag namang ganoon mga beshy huhu.

"Gagi, ang cute nilang magasawa, kaylan kaya tayo makakakuha ng ganyang jowa, pogi, matangkad at tsaka mayaman" biglang compliment ni Jennifer kay Jordan, talagang pinagpapantsyahan pa nito yung bagong kasal?

Jusko mag-hunos dili ka naman Jennifer Louise!

"Pati pa talaga bagong kasal,

pinagpapantasyahan mo?!" tumatawang sabi ni Kyla at hinampas ng mahina si Jennifer. Juskong mga babaitang ito. Ang babaw ng mga kaligayahan.

—

Chapter 17

After the wedding, as usual back to normal na ang lahat, yung tawanan ay napalitan nanaman ng seryosonh mukha, nakakamiss pero hindi na natin ulit 'yon mababalikan pa, moments to memories ika nga.

Habang nagaayos ako sa kama ay napansin ko ang isang box na nasa ilalim ng desk ko, nakangiting kinuha ko iyon dahil alam kong naroon ang mga laruan ko dati at ang mga pictures ko ng bata pa ako.

Pagkakuha ko ay nilapag ko kaagad ito sa kama at nagumpisang buksan ito, I saw a lot of papers na naroon, it was my school notebooks ng grade school palang ako, I'm so happy naroon pa nga yung lesson namin about sa layers of earth which is Crust, Mantle, at ang Inner and Outer core.

Nakakaproud lang kasi naitago ko pa ito for more than 7 years narin. Nakita ko rin ang isang photobook ng bata pa ako.

I saw a photo of mine sitting on my bench while wearing a white and red shirt and short na may nakalagay na 'Kidz' sa gitna at ang picture ko na nakawhite sando na halatang stolen kasi mukhang kakalingon ko palang ng tinake iyon, and also ang picture ko ng nag-angel ako sa noong Easter Angel.

Ang cute ko pala noon, nasaan na kaya yung ka-cute-an ko ngayon?

Nakita ko rin yung mga pictures namin nila Mama at Papa togther with my Lola and mga Tita ko, siguro 1st birthday ko 'to, ito rin kasi yung 1st family picture namin ng nakakangiti na ako.

I'm so happy habang binubuklat ang mga pics.

Napunta ako sa isang photobook na medyo bago palang, i mean lahat 'to luma na pero mas bago ito kesa sa nauna.

I saw my pictures noong 6 years old ako, sobrang tuwang-tuwa ako not until mapunta ako sa picture namin ni... Lucas?

"Lucas? wait, namamalik-mata ka lang, Xylus" sabi ko at kinusot pa ang mata dahil nagbabaka-sakaling namamalik-mata lang ako, pero hindi eh, siya talaga yun, yung hulma ng mukha, yung pagkabilog ng mata, yung pagkakakulot, yung chubby cheeks, siyang-siya.

Kinuha ko ang litratong iyon at sinearch ang profile ni Lucas.

Pumunta ako sa photos niya at doon ko nga nakumpirmang si Lucas at ang kasama ko sa litrato ng bata pa ako ay iisa lamang.

Kinuha ko ang litrato dahil baka may nakasulat na pangalan sa likuran, kasi hindi ko matandaang may kalaro akong Lucas ang pangalan, or baka nakalimutan ko lang ang hitsura at pangalan.

Doon nakita ko ang isang message, paniguradong mula sakanya.

"Dear Chaochao, it's me again, aalis ka na raw sabi ni Mama, akala ko ba hindi mo ako iiwan? sabi mo pa nga noong huli nating tabi matulog 'palagi mo lang hawakan ang kamay ko, at hindi na kailanman lalayo sa tabi mo' nasaan na 'yong pangakong 'yon. Hindi ba sabi mo sabay tayong tutungtong ng college, na sabay tayong magtatayo ng ice cream factory at buong araw tayong kakain ng ice cream, ang brekfast, lunch, at dinner natin lahat ice cream na chocolate flavor. Nasaan na 'yong sabi mong hindi mo ako iiwan hanggang tumanda tayo? Hindi ba sabi mo ikaw magaalaga sa'kin at ako magaalaga sa'yo kapag ugod-ugod na tayo? Bago ka umalis, gusto ko lang sabihin, nagugustuhan na kita, matagal na kitang crush, alam kong mali kasi unang-una bata pa lang tayo, pero I'm already matured enough to know what is the meaning of crush, at tsaka, pareho tayong lalaki, malabo pero hindi ko naman mapilit ang sarili kong hindi ka magustuhan. Chaochao, hindi ka mahirap mahalin, at magustuhan. I like you, i really really like you. Farewell, my friend.

Sincerely,

Lucas Sean Estrella"

Napapaluha ako sa sobrang sakit habang binabasa iyon, lalo pa ng mapagtanto ko ang totoo, na si Lucas at si Sean ay iisa lang. Si Brother Lucas na nagreject sa'kin, ay si Sean na nireject ko ay iisa lang. Si Semiarian Lucas ay si Sean, si Sean na dati kong kasamang matulog palagi, na inuuwian ko kahit nagtatagu-taguan kami, na nawalan ko ng komunikasyon ng umalis ako ng probinsya.

Super masakit, oo, nagconfess sa'kin si Sean ng bata pa kami, pero i rejected him, kasi bata pa kami, at tiyaka wala pa akong muwang sa pag-ibig ng panahong iyon, ang alam ko lang ay ang maglaro nang maglaro, hindi ko naman akalaing magugustuhan ko rin siya, sa panahong hindi niya na ako nagugustuhan.

May bumabagabag parin sa isip ko, kilala niya bang si Chaochao na crush niya dati at ako, ay iisa lang?

Binabalik niya ba yung pangrereject ko sakanya? Kasi kung oo, sobrang sakit naman no'n, sobrang lalang karma naman no'n.

Hindi man lang niya ako tinanong kung ayos lang ba ako, hindi man lang siya nagpakilala. Pinaglalaruan niya ba ako? Karma ba 'to sa panrereject ko sakanya?

Bakit sobrang sakit, he fell first but damn! I fell harder.

—

Chapter 18

Alam kong hindi niya 'yon magagawa, siguro maging siya ay hindi rin ako nakikilala, kasi kung oo, alam ko ang ugali niya, hindi yun makakapigil kapag mahal niya ang isang tao, pero sinabi na niya, hindi niya ako gusto.

Siguro kapag nalaman niyang ako at si Chaochao ay iisa, magugustuhan niya nalang ako sa dating ako, ngunit hindi niya na ako magugustuhan sa kung sinuman ako ngayon. Magkakagusto siya kay Chaochao, pero never siyang magkakagusto kay Xylus.

Ang bobo ko ng mga panahong iyon, hindi ko kasi akalaing magkakagusto rin ako sakanya, bakit ganoon, sobrang mapaglaro talaga abg tadhana, pinapaikot-ikot niya na kami oh. Gulong-gulo na 'ko. Sobrang gulong-gulo!

Sobrang kumplikado ng buhay ko ngayon, ayaw ko nang magpakamatay, pero parang ayaw ko naring mabuhay, sobrang lala na eh, sobrang gulo na, sobrang dilim na.

"Nak! Kakain na tayo!" sigaw ni Mama na nagpabalik sa ulirat ko, marahan kong pinunasan ang luha ko at lumabas na ng silid. Tumingin ako kay Mama nang sobrang lungkot. Alam kong nakikita niya o nahahalata niya sa mata kong kakaiyak lang, kase nakakunot ang noo niya habang hinihintay akong magsalita.

"Ma, si Sean ba eh pumasok sa Seminaryo?" tanong ko na nagpangiti sakanya.

"Nabalitaan mo narin pala, oo, pangalawang taon niya na ngayong taon sa pagiging Seminarista" aniya na nagpalugmok sa'kin.

Akala ko maling-akala ako eh, akala ko guni-guni ko lang, pero totoo na talaga. Kilala niya ba ako?

"Bakit anak? Papasok ka rin ba?" tanong niya ngunit hindi ako sumagot,

"Teka, si Xylus magseseminarian? Xylus, straight kana? Hindi kana ba bading?" pangungulit pa ni Kyla.

Wala akong sinagot sa ni-isa man sakanila, i just wanted to be silent, sobrang durog ako ngayon, sobrang wala ako sa pag-iisip, at baka kapag sumagot ako ay patiwalang pa ang masagot ko, baka makasigaw pa ako sa harap ni Mama at Papa at sa harap ng hapag, ayoko no'n.

Siguro i will forget him nalang talaga.

10 YEARS LATER

"Congrats anak, you're a lawyer na! parang kaylan lang sipunin ka pa, ngayon isa ka ng ganap na abogado!" sabi ni Mama bago ako yakapin.

I'm so happy, kasi hindi nalang ako basta Mr. kasi ako na si Attorney Xylus Miguel Madrid.

Same as Kyla ang Jennifer, literal na bestfriend goals talaga, Attorney Kyla, Attorney Jennifer and I graduated Summa Cum Laude sa iba't ibang Universities.

Diba ang galing, yung dating walang hiyang mga babae na nakikikain sa kasal at namumuna pa ay isa ng ganap na Abogado.

Nabalitaan ko ring malapit nang maging ganap ng Pari si Lucas, I'm so happy for him. Yung dating sipunin kong kaybigan, yung dating nireject ko at nangreject sa'kin ay malapit nang maging isang ganap na Pari.

I wished it, pinapanalangin kong maging Pari siya at feeling ko malapit nang matupad iyon, kasi sobrang galing niyang Seminarian, I always admire him, pero now, bawal na, Magiging Pari na siya, and I'm proud of him.

"Let's take a photo together, tita, Summa Cum Laude goals!" hiyaw ni Kyla at Jennifer na binisita ako after of their graduation.

Sabi kasi namin, sabay-sabay na kaming kakain sa labas kasama ang family namin, at sabay-sabay nang magcecelebrate. Best friend goals featuring Summa Cum Laude goals!!

"May utak pala tayo?" tumatawang sabi ko bago kami nagtake ng picture.

Nabalitaan ko ring si Jennifer at yung umalok sakanya ng sayaw noon kasal ni ate Keshi na si Michael ay magjowa na, I'm so happy for them. Kami nalang ni Kyla ang walang jowa. Jusko!

Naunahan pa kami ni Jennifer, eh sa aming tatlo kami yung pilit na pilit magkajowa. Dapat talaga close nalang ang mouth para magkajowa agad.

What if dahil abogado na kami eh mahirapan na kaming magkajowa? I mean sabi nila kapag abogado ka raw eh hindi ka na lapitin ng lalaki or babae kasi takot silang kaunting maling galaw lang eh sila na ang nililitis sa hukuman HAHA.

Sobrang happy ko at that time, yung tipong lahat ng nadadaanan nyo iggreet ka ng happy graduation Attorney Xylus, congratulations for being Suma Cum Laude Attorney Xylus!

Super nakaka-overwhelm pakinggan ang mga ganoong compliment.

Nagbunga na ang paghihirap namin, ang mga paghihirap ko, ang pag-aaral ko, ang pagpupuyat ko, ang pagtatrabaho ni Mama at Papa.

I will always love and i will always push the jeep of mine para mabuhay pa nang mabuhay.

—

Chapter 19

It's Sunday, at nandito na ulit ako sa parish namin, sa St. John Mary Vianney it's August 04 so it means, that today is my birthday ang today is St. John Mary Vianney's feast day! Viva!. Naging part ako nito pero hindi na ako active kasi super busy ako lalo pa nang magboboard exam pero worth it naman kasi Top 5 ako sa list ng nakapasa nationwide.

"Today, we are celebrating the feast of St. John Mary Vianney. Our mass celebrant for this day's mass is Reverend Father Xavier Generoso. Please all stand" sabi ng Commentator at nagumpisa ng magprocession ang nasa aisle, na nagpauwang sa bibig ko.

Si Lucas..Nagumpisa ng maglakad ang lahat papunta sa altar, lahat ng pari ay nanguna, habang nakita ko na si Lucas kasama ang ibang Seminarians.

Bawat masid ko sa hitsura niya ay paunti-unting bumabalik ang lahat.

Bumabalik yung bawat hawak niya sa kamay ko, ang bawat ngiti niya, at ang mga masasakit na salitang binitawan niya.

Homily na niya ng mga oras na 'yon, ng marinig ko ang nickname ko.

"I have this childhood friend back then, birthday niya ngayon actually, sat'wing birthday kasi ni St. John Mary Vianney eh, siya ang naalala ko. He is Mitch ang childhood bestfriend ko, sobrang close ko siya, as in na halos doon na ako tumira sa bahay nila. May binigay akong sulat sakanya, nasa likod iyon ng litrato namin. Miss ko na si Mitch" Pagkasabi ng Mass presider parang bigla akong natamaan, yung tipong feeling ko si Lucas yung nagsasalita, pero hindi.

I know that He can still remember me, pero as Chaochao.

Natapos ang misa ng may luha parin ako sa mata, today is my birthday pero bakit ibang regalo naman ata ang natanggap ko, kung alam ko lang na kasama siya ng mass presider ay hindi na lang sana ako umattend pa, bumabalik kasi sa'kin lahat. Sobrang sakit eh, Minahal ko siya, at mahal ko pa siya pero ngayon... Bawal na.

Uuwi na sana ako ng maalalang dala ko ang litrato namin ni Lucas, i mean Brother Lucas, sa bag ko. I want to ask him if he knew that Chaochao and me are just one.

—

Chapter 20

Lumingon ako sa may altar, nakita kong wala ng pari at Seminarians ang naroon, maraming tao pa ang lumalabas kaya nahihirapan akong sumingit palunta sa likod ng altar.

"Excuse me po... Excuse me po... Patabi po... Padaan po..." sabi ko sa bawat taong muntik kong mabangga.

Hanggang sa may nabangga akong isang matanda dahilan para mahulog nito ang mga gamit niya.

"Sorry po, nay" sabi ko at pinulot ang lahat ng papel na nahulog niya.

Nawalan ako ng pag-asa that time.

"Hays, siguro ayaw na talaga ni Lord na magkaharap tayo, pero i want to tell you, that i missed you too" sabi ko habang nakaharap sa altar.

"Talaga? you missed me?" napalingon ako ng makarinig ng pamilyar na boses sa likuran.

It was Seminarian Lucas...

"L-Lucas?" sabi ko at niyakap siya. Hindi ko alam kung bakit ko ginawa 'yon but sa sobrang pagkamiss ko ay nayakap ko siya ng 'di inaasahan. Niyakap niya ako pabalik, pero bakit feeling ko nagiguilty ako, nagiguilty ako ngayong alam ko ng si Lucas at si Sean ay iisa.

"How are you, Xylus? I miss you too" sabi nito na nagpangiti sa'kin.

Bago pa mapunta sa kung saan ang usapan namin, ay binigay ko ang litrato namin sakanya.

I saw how shock he is nang makita ang sarili at ako, na Chaochao pa.

"C-Chaochao? Ikaw si Chaochao?" tanong nito na nagpangiti sa akin ng bahagya.

Hindi niya rin ako maalala...

"Did i just rejected the one who rejected me?" tanong nito na nagpatawa sa'kin.

May kurot sa puso ko ang bawat sabi niya, look at him, he is wearing his cassock nakakahiyang pagusapan ang ganitong bagay kapag nakasuot siya niyan. Just like what he said, hindi siya ang nakikita ko, but the cassock he is wearing which is Christ.

For the second time, he hugged me...

"Bakit kasi hindi ka nagpakilala na ikaw si Chaochao?" Aniya habang kitang-kita sa mata ang panghihinayang.

It's too late...

Sobrang kumplikado na ng lahat, sana 'wag ng lumala pa, it's his first mass at ayaw kong demonyohin siya.

Pinaliwanag kong hindi ko rin siya nakilala gaya ng pagkakakalimot niya kay Chaochao.

Doon ko rin nalamang nagkaroon siya ng galit sa mga gay dahil sa pangrereject ko sakanya at hindi dahil may nanghipo sakanya.

I felt guilty because of that pero siguro much better to forget our past nalang, lalo pa ngayong aalis narin ako. I hug him, for the last time bago siya nagpaalam na may next mass pa raw siya, it's good to meet him for the last time.

—

Today is my flight papuntang America, nandoon na sila Mama at Papa at susunod nalang ako, plano naming mag-migrate na roon para din makalimutan yung mga pains at deppresions namin dito sa Pinas. At least makakalimutan ko na talaga siya. Walang memories na nakaimbak sa America kaya paniguradong makakamove on na ako.

—

Epilogue

2 YEARS LATER

Nandito ako ngayon sa Seminar namin for the Pre-Law student here in America.

Sobrang cute pala na makakakita ka ng mga batang patuloy na nangangarap, just like me dati, pero sana hindi nila napagdaanan yung sakit na napagdaanan ko, yung depression na napagdaanan ko, yung suicide attempt na napagdaanan ko, kasi kawawa sila, and maybe hindi nila kayanin.

I am hoping that this teenages, will soar high just like me.

Kudos to all youths na hindi tumitigil at napapagod mangarap. Padayon!

"Good day everyone! I am Attorney Xylus Miguel Madrid, a 30 years old Attorney from the Philippines.

I am grateful to be your speaker today. By the way I would like to share some of my experience while i am taking my Law.

I was 18 years old when i started my First year college in University of Santo Tomas, in the Philippines, i took AB Political Science at that time.

While i am tooking my dream, i have this guy crush, yes you heard it right, I am gay. He is

cute, he is very tall, but, he is a Seminarian, i confessed my feelings but he rejected me. He is too near to become a priest but he rejected it, and married my friend" lumuluhang sabi ko

Oo, tama kayo, tama ang nabasa nyo, muntik nang maging pari si Lucas, pero lumabas siya. Sabi ng ilan hinahanap niya raw ako, kasi gusto niyang ibalik yung dating Sean at Chaochao. Sa sobrang down niya, nagpakalasing siya, he kept on drinking at nakipag-jamming pa siya with Kyla, at sa 'di inaasahang pagkakataon, pareho silang nalasing.

Sobrang nalasing sila, na halos hindi nila alam kung bakit nagising nalang sila ng walang saplot, at oo, Nabuntis si Kyla ng 'di inaasahan.

Faithful but Painful... It was an accident, yes, but i think it is also a sign, na hindi talaga kami pinagtatagpo ng tadhana.

Yung tipong minahal ka niya, sa oras na hindi mo siya mahal, minahal mo siya sa oras na hindi ka na niya mahal, hanggang sa minahal niyo ang isa't isa kung kaylan wala ng pag-asa.

Nakakalungkot isipin, hindi naitulot ng pagkakataon.

I loved the wrong person and in the wrong time....

Kyla got pregnant by the man i truly love. By the man i truly admire, and today is the most painful day, because today... is their wedding day.

-The End-

About the Author

John Benedict N. Banday

John Benedict N. Banday also known as MrPorkyPig is a Registered author at National Book Development Board-Philippines. He is a Journalist at WritersPH and former Editor-in-chief in San Antonio National High School School Paper. He is also the founder and president of his own Youth Organization which is Muklat Youth Organization.

He grew up and living in San Antonio Milaor Camarines Sur. He is the first born of Mr. Noel Banday and Mrs. Angelyn Banday, who always support him in his writing career.

He Graduated his Elementary at San Antonio Elementary School year 2019 (with honor) and completed his Junior High School at San Antonio National High School year 2023 (with honor). He is the former Supreme Student Government Public

Information Officer in High School and also in the District level (MILAOR). He is currently tooking Humanities and Social Sciences as his Senior High School Strand at ACLC-Naga.

He started writing when he was just 12 years old and started writing in Wattpad year 2020 at the age of 13. He wrote his first ever novel entitled "Role Play World" that is now under editting at the age of 13 also. He is the author of 21 total numbers of Short stories, novels and poems. He is the songwriter of 'Sala An Sakong Paghuna' that is already posted on YouTube and Facebook.

www.ingramcontent.com/pod-product-compliance
Lightning Source LLC
LaVergne TN
LVHW041543070526
838199LV00046B/1810